ஏர் உழவன்

Published By

Aer Uzhavan

Edited By Keerthana Arivalagan

Published by: Poetry World Org.

Publisher's Address: Haryana

Printed under PWO in India

 Special credits to Dr.Niveditha and Dr.Nitin Chopra.

Cover image source: Pinterest

Edition : I (2022)

ISBN (Paperback) - 9789392507175

Book Design by POETRY WORLD

ஏர் உழவன்

தலைமை தொகுப்பாளர்

அப்சல் அகமது

தொகுப்பாளர்

கீர்த்தனா அறிவழகன்

புத்தகத்தைப் பற்றி

குறள்:

சுழன்றும் ஏர்ப்பின்னது உலகம் அதனால்

உழந்தும் உழவே தலை

விளக்கம்:

உலகம் பல தொழில் வளங்களில் சிறந்திருந்தாலும் உணவிற்காக ஏர்த் தொழிலின் பின் நிற்கின்றது. அதனால் எவ்வளவு துன்புற்றாலும் உழவுத் தொழிலே முதன்மையானது.

ஏர் உழவன்:

ஏர் சிறக்க, பார் சிறக்க, விவசாயம் தளர்க்க உழவனின் கால் வயலில் இறங்கி வியர்வை சிந்தாமல் அவரின் கரங்கள் மண்ணில் படாமல் உயிரின தாவரங்கள் எதுவுமே சிறப்படையாது. உழவன் இல்லாமல் இந்த உலகமே இயங்காது என்பதை இந்த **"ஏர் உழவன்"** புத்தகத்தில் கவிதை மூலமாக வெளிக்காட்டி உள்ளனர் எழுத்தாளர்கள். இப்புத்தகத்தின் மூலம் உழவனின் உழைப்பையும் பெருமையையும் அவரின் இன்றைய பரிதாப நிலையையும் இயற்கை உரத்தின் முக்கியத்துவத்தையும் நம்மால் உணர முடியும்.

தலைமை தொகுப்பாளர்

இவன் பெயர் அப்சல் அகமது. கண்ணகி தன் சினத்தால் தீயிட்டு சாம்பலாக்கிய மதுரை மாநகரில் பிறந்தவன். தற்போது இளங்கலை பொறியியல் பயின்று வருகிறார்.

"என்றோ 'அ' வில் துவங்கிய என் பயணம் 'தமிழ்' வழி பயணித்து, இன்று 'கவிதை' யில் வந்து என்னைசேர்த்தது".

"சீரிய நினைவுகளும் சிவந்த காயங்களும், கற்பனையின் சித்திரம்" ஆகிய நூல்களின் தொகுப்பாளர் ஆவர். மேலும், இவர் 40 மேற்பட்ட நூல்தொகுப்புகளில் இணை ஆசிரியராக பணியாற்றியுள்ளார்.

திறமையை உள் சுமக்கும் பல திறமையாளர்களை கண்டறிந்து அவர்களின் கனவை நிறைவேற்றுவதன் மூலம் இன்பம் கொள்கிறார்கள்.

Insta id: @karaiyatra_kavithai

ஏற்றுமதி - இறப்புவிதி

உலகின் தேசம் கண்டதில்லை
ஊரின் எல்லை தாண்டியதில்லை
உழுது விளைந்த
நெல்மணி - இன்று
உலகெங்கும் ஏற்றுமதி...

வானம் பார்த்து அமர்ந்த உழவன்
வானூர்தியில் நெல்
மூட்டைகளின் பயணம்
பார்த்து பார்த்து வளர்த்ததற்கு
பாதி விலை கூட நிர்ணயம் ஆகல...

கடன் தொல்லை தலை விரிக்க
கண்ணீர் துளி தான்
பிறப்பெடுக்குது - கடனாளியா
எல்லாத்தையும் இழக்க
கடவுள் தேடி உயிரும் போனது...

- அப்சல் அகமது

தொகுப்பாளர்

இவர் பெயர் கீர்த்தனா அறிவழகன். **"ஏர் உழவன்"** புத்தகத்தின் தொகுப்பாளர். தற்போது முதுகலை ஆங்கிலத்துறை இரண்டாம் ஆண்டு பயின்று வருகிறார். இவர் அறிவழகன், ராஜேஸ்வரி அவர்களின் புதல்வி ஆவார். கர்மவீரர் காமராஜர் பிறந்த விருதுநகர் மண்ணைச் சார்ந்தவர்.

இவர் தமிழ் மீது கொண்ட பற்று இவரை திருக்குறள் தேர்வில் மாநில அளவில் இடம் பிடிக்க வைத்தது. இவர் மற்றவர்களின் திறமையைப் பாராட்டி ஊக்குவித்து அவர்களின் ஆற்றலை வெளிக்கொணரும் தனித்திறன் கொண்டவர்.

கவிதைகள் சிறுகதைகள் எழுதுவதில் ஆர்வமுள்ளவர். இவர் தனது மனதில் ஓடும் எண்ணத்தினையும் தான் உலகில் காணும் நிகழ்வுகளையும் எழுத்தாக வடிவமைக்கிறார்.

பல புத்தகங்களில் இணை எழுத்தாளராகப் பணியாற்றியுள்ளார். இவரின் கவிதைகள் பல இதழ்களில் வெளிவந்துள்ளது.

உயிர்த்தெழு உழவா

பகலவன் ககனம் பரவ

ஏர் கலப்பையை கையிலேந்தி

பாகையை தலையில் தாங்கி

உவகையை மனதில் கொண்டு

பசுமையை நோக்கி பயணம் தொடர!

சகலமும் கானல் நீராய்

கண் முன் மறைய...

வறண்ட பூமியோ விரிசலில் மிதக்க

வரப்புக்கு நீர்ப்பாய்ச்ச

அண்ணாந்து பார்த்தபடி

சுருங்கிய தோளுடன் துவளாமல்

மீண்டு வர காத்துக் கிடக்கிறான்

நம் தலைவன்!

- கீர்த்தனா அறிவழகன்

உள்ளடக்கம்

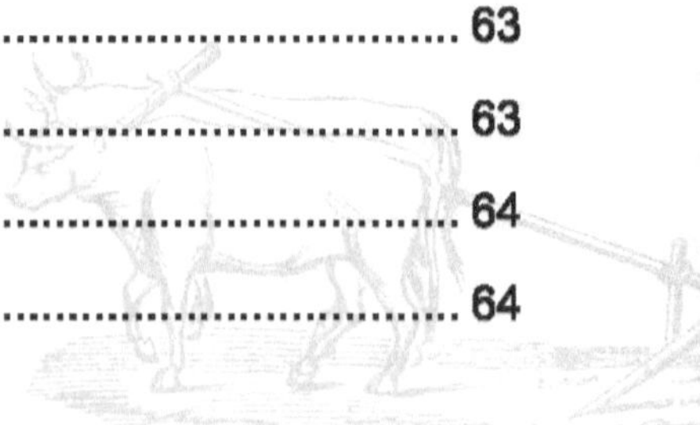

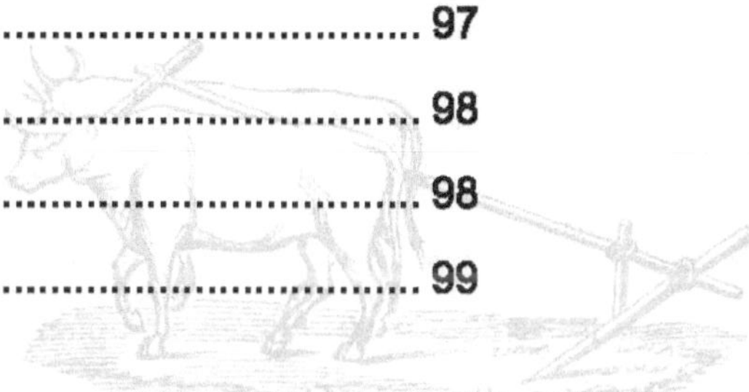

வயலின் சீமந்தம்

நஞ்சைமண் மஞ்சத்தில் ஏர்கலப்பை முயங்கிட
வரப்பிடை நீர்பாய்ச்ச புணர்நிலம் கருவுறும்
எருவென்னும் ஔடதம் ஊட்டிப்பேணு முன்னை
பசுஞ்சிகைப் பட்டுடுத்தி தைத்திங்கள் சீமந்தம்

நிமிரமுடியா நாற்றினில் பயிர்மகளின் பெருவலி
கதிரரிவாள் ஆயுதத்தில் அறுவடைப் பிரசவம்
செந்நெல் மணிக்குழவி கைமிசைத் தவழ்ந்திட
கடனடைத்த நிம்மதியில் ஏருழவன் பெரிதுவக்கும்

இச்சையுடன் உழவர் எழுதிடும் தொடரில்
பச்சை மைதோய்த்த பசுங்கவி உயரும்
தொடிப்புழுதி ஆக்கிட தொடர்ந்துழுத முயற்சி
மடிவயலில் கலப்பை மத்தியில் வகிடெடுக்க

வியர்வையும் வரப்போட வேளாண்மை சிறக்கும்
அயராத அர்ப்பணிப்பில் அகிலமும் உய்த்திடும்
மடங்கிடக் கரமும் முடங்கிடும் புவனம்
திடமுடை உழைப்பினில் தழைக்கும் வேளாண்மை

வேங்கை மார்பன்

விடியலை நோக்கி

விடியும் முன் எழுந்து விடுகிறான்
ஆனால் இவன் வாழ்வில்
என்று அந்த விடியல்
வரப்போகிறதோ?
ஏற்றங்களில் ஏறி நின்று
உழைத்தாலும்
இவன் வாழ்வில் ஏற்றம்
வரவில்லையே!
விஞ்ஞானத்தையும் விஞ்சிய
விவசாயி
விளைநிலத்தில் தண்ணீர் பாய்ச்சுகிறான்
கண்ணீருடன்!
விடியலை நோக்கிய
விவசாயின் பயணம்!

பிரியா ராஜன்

வைகறை கிழவன்

விளைவிப்பவன் வாழ்க்கை இருட்டாய் இருக்கு
விலை வைப்பவன் பேரோ ஒலிப்பாய் இருக்குதடா
பஞ்ச பூதம் எல்லாம் விலையேறி போச்சுடா
பஞ்சபாதகம் மட்டுமே அரசாங்கம் ஆச்சு...

ஏர் ஓட்டின வயலினிலே
தார் ஓட்டும் காலமடா இது!
நஞ்சை காட்டின் நெஞ்சினிலே
நஞ்சு விதைக்கும் உலகமடா...

சோறு போட்ட காலத்தில் உழவன்
இன்று அவன் பெயர் கிழவன்
குளுரிலும் அவனுக்கில்லை போர்வை!
நிலம் முழுவதும் இவனது வேர்வை...

இன்றில்லை இவனது மதிப்பு
அரசுக்கும் புரியலை இவனோட கொதிப்பு...
ஒரு நாள் நிச்சயம் பசிக்கும்!
அன்றே இவன் பணி ருசிக்கும்!

உனக்கும் எனக்கும் ஓய்வுண்டு!
எல்லா பணிக்கும் ஓய்வுண்டு...
கிழவன் ஆன போதிலும் உழவனின்
வேலை பணி ஓய்வதில்லையே...

எல்லாத்தையும் நாம்தான் எண்ணிட வேண்டும்
ஏதாவது செய்து இதை மாற்றிட வேண்டும்

புள்ளினம் போல நாம் இருந்துவிட்டாலே - இந்த
பூலோகம் ஒருநாள் அழிந்தே போகுமடா...
அதிகாலை வாய்க்கால் வரப்பில்
என்றும் வைகறை கிழவன்...

தமிழன் விக்கி
பெரிய குரும்பபட்டி

வாடிய வயிறு

ஏதிலி உழவர்கள்
எங்கும் இருக்கின்றனர்
பாரினில் இன்னமும்
விடியல் வரவில்லையா?
ஓடியே உழைத்த கால்கள்
ஓய்வெடுக்கும் நொடி வருமோ?
எங்குமே பசியில்லை
தீர்த்தவனுக்கு மட்டும்
தீராதது ஏனோ?
எறும்புகள் தின்னும்
ஒரு பருக்கை கூட
தோலோடுடைத்த எலும்புகளுக்கு இல்லை
கண்டபின் வருந்துகிறேன்
வாடிய வயிறுகளை...

ரகசிய காதலன்

உன்னத தொழில்

உழவா உன் மூச்சுக் காற்றிலும்
விதைப்பயிர் முளைவிடும்!
உன் சேற்றுக் கால் தான்
எமக்கு சோறிடும்!

உன் வியர்வைத் துளிகளே
விளையும் பயிர் மணிகள்
கலப்பையை நீ கையிலெடாவிடில்
காணுமோ உணவு? எம் இரைப்பை!

கன மழை பெய்து கெடுத்தாலும்
கடும் வெயில் காய்ந்து கெட்டாலும் —
அப் பாரத்தை ஓரம் வைத்து
சோகத்திலும் சுகம் சேர்க்கும் சூரன்!

மண்ணையும் பொன்னாக்கும் தீரன்!
தரிசு நிலத்திலும் தன்னம்பிக்கையால்
பரிசுப்பெட்டகம் பெரும் பாட்டன் - நாளை
விண்ணிலும் விவசாயம் செய்யும் வீரன்!

நீ இயற்கைச் சீற்றத்திலும்
ஏற்றம் காண வேண்டும்
வாழ்க்கைத் தோற்றத்திலும்
மாற்றம் பெறவேண்டும்!

சூரியகலாவதி

நாட்டின் உயிர்நாடி

நாட்டில் செங்கோல் வளையாது ஆட்சிச் செய்யும்
மன்னனுக்கு நிகரானவன் ஏர் பிடித்து உழவுத் தொழில்
செய்யும் உழவனேயாம்!
வள்ளல் தன்மையில் சிறந்த அரசினே நாட்டிற்கே
அன்னமிட்டு காக்கும் உழவன் பின்னேயாம்!
உழைக்கும் வர்க்கத்தின் வீட்டில் வளரும் பெற்றெடுத்த
பிள்ளைகள் போல இருப்பவன்
ஆ என்னும் செல்லப் பிள்ளையே!
அடங்காத குழந்தையாக அழகான திமிலுடன்
திகழும் பிள்ளையே தமிழர்களின்
பாரம்பரிய கலாச்சாரத்தின் செல்வமே!
எத்தொழில் இவ்வுலகில் மேலோங்கிச் சென்றாலும்
உலகமே ஏர்த்தொழில் பின் செல்கையில் மற்றத்
தொழில் அதன்காலடியில் கண்ணே!
உழவன் என்று நிமிர்ந்து பெருமையுடன் சொல் முன்
நிற்கும் மாந்தர்களின் கைக்கரங்கள் தானே வணங்கும்
உன் முன்னே!
முன்னே!

ரா.கதிரவன்

அவன் யாசகனல்ல

ஏரும் நீரும் விழிகளாய் கொண்டவன்
அவன் யாசிக்கிறான் அவன் யாசகனல்ல
வெயிலில் உழைத்து களைத்து வாடியவன்
தன்பசி மறந்து பிறர் பசியாற்றிய
உலகின் பஞ்சம் பட்டினி அகற்றிய
விவசாயி தன் உரிமைக் காத்திட
ஊரின் நடுவில் ஊர்வலம் போகிறான்
உதிரம் சிந்தி விளைச்சல் தந்தவன்
உத்தரவு மாற்றிட உயிர்ப்புடன் வேண்டுகிறான்
ஊடகங்கள் மறைக்க உண்மை இருட்டினில்
ஊமையாக அழுகிறான் உழைத்திடும் உழவனே
ஊருக்காக சிந்திடும் வியர்வை துளிகளை
விலையின்றி எடுத்திடும் வித்தக கூட்டம்
நஞ்சினை கொடுக்க நாவெல்லாம் வறண்டிட
அபயக் குரலால் யாசித்து நிற்கின்றனர்

ஏஞ்சல் சோபிதா

உலகம் செழிக்க நம் தலைவனான உழவனை மதிப்போம்

முதலில் தலைதாழ்த்தி உழவுத்தொழிலை வாழ்த்திப்,
பொற்காலங் கண்டு பூரித்த மக்கள் நாம்!
தென்றல் மணம்பரப்பச் சில்வண்டு யாழ்மீட்ட,
புதுமைப் பொலிவேற்றும் பொற்காலம் வாழ்த்துவமே!

ஏர்முழக்கம் சிற்றூர் இடமென்ற படப்பையில்,
உருவாகும் பொற்காலம் உமதுபொற் காலமே!
மானிடம் வளர்க்கும் தாய்க்கு ஓரிரு பிள்ளைகள்,
ஆனால் இவனுக்கோ கோடி பிள்ளைகள்!

கற்காலந் தாண்டி, பொற்காலங் கண்டிடலாம்,
வருவாய் பொருள்மிகுதி வாழ்க்கை வளங்கொழிக்கும்!
வழிவழியே மக்கள் வாழ்க்கையின் தேவைக்கு
உழவான,
தொழிலைத் துணைகொண்டோம்,

நாமும் உழவுத் தொழில் வளர்ப்போம்
உலகமேஉண்ணும் உணவுபொருட்களை விளைவிக்கும்,
தொழில்புரிவோர் இன்பம் என்றும் நிலைக்கட்டும்!
உழவனில்லா தரணி உற்பத்தியாகுமோ —
முக்கியமான,

உழவுதானே தரணியில் தொழிற்கெல்லாம் தலை!
உழவுத் தொழில்வளர்ப்போர் உயிரை வளர்ப்போராம்,
உலகம் செழிக்க உழவனை மதிப்போம்!

ரா.ராஜ் சங்கரி

பூமித்தாயின் பிரம்மன்

வயலுக்கு அழகு செழுமை
நிலத்துக்கு அழகு பொறுமை
உலகிற்கு உணவளிக்கும் அட்சயபாத்திரம்
பொன்னான பூமியில்
பொன் நெற்மணிகளை விதைத்தவன்
மக்கள் வாழ்வில் பசுமைதங்க
சுமைதாங்கியாயிருப்பவன்
தான் கடந்து வந்த முற்பாதையை
பூம்பாதையாக்கியவன்
எந்நிலையிலும் தன் நிலை உயரா
பூமித்தாயின் பிரம்மன்
மனித இனம் வளம் பெற
பூமிப்பந்தில் முத்திரை பதித்தவன்
மண்ணோடு கலந்து உன் சோதனைகள்
விண்ணோடும் மறையாது உன் சாதனைகள்

M.Suganthan

ஏற்றமிகு ஏர் உழவன்

ஏர் உழவன் உழைப்பை கொடுக்கிறான்
ஏர் கலப்பையால் மண்ணை ஆழப் படுத்துகிறான்
ஏரில் காளைகளோடு களைப்பின்றி உழைக்கிறான்
மண்ணை பொன்னாக மாற்றம் செய்கிறான்
உழைப்பை உயர்வாக்கி உன்னத படுத்துகிறான்
உழைப்பைக் கொடுத்து பசுமையை விதைக்கிறான்
நவதானியங்களை மணியாகத் தருகிறான்
காய் கனிகளைத் தடையின்றி தருகிறான்
சேற்றிலும் சகதியிலும் கால் பதிக்கிறான்
உயிரைக் கொடுத்து செழுமை படுத்துகிறான்
பனியிலும் மழையிலும் வெயிலிலும் துடிக்கிறான்
உயர்வான உடையை உடுத்த மலைக்கிறான்
மக்கள் மனதிலே என்றுமே நிலைக்கிறான்!
உழைப்பால் உயர்கிறான்!
உடல் நோயை எதிர்க்கிறான்!
உள்ளங்களிலே நிலைக்கிறான்!
உலகையே உலுக்குகிறான்!
போற்றுவோம் ஏர் உழவனை!

அ.செல்லமுத்து *SI (Rtd)*

விவசாயின் கண்ணீர்

விதை வாங்கிய காசுக்கு வட்டி கட்ட முடியவில்லை...
விதைத்த விதையும் போதவில்லையே...

வீட்டில் கிடக்கின்ற பொருட்களை
எல்லாம் அடமானம் வைத்தவன்...
வீட்டின் மூலையில் முடங்கி போய் கிடக்கின்றான்!
இனி எதை அடமானம் வைப்பது என்று
தெரியாமலே...

முடங்கி கிடப்பவன் முன்னே கழுத்தில் அணிந்த
சங்கிலியை கழற்றி கொடுக்கின்றாள்!
வேறு வழி தெரியாமலே அடகுகடையில் அதுவும்
அடியெடுத்து வைக்கின்றது...

பயிர்களை எல்லாம் விதைத்துவிட்டு விண்ணை
பார்த்து கண்ணீர் வடிக்கின்றான்!
அவன் விழிநீரும் மழைநீருடன் சேர்ந்தே இம்மண்ணை
நனைக்கின்றது!

அவன் பாதங்கள் பாதாளமாய் விரிசல் விட்டு
கிடக்கின்றது!
விரிசலாய் போன பாதங்களில் செந்நீரும்
வழிந்தோடுகின்றது!

கால் நொடிய உழைத்தவன் கட்டாந்தரையிலே
உறங்குகின்றான்!
உனக்கு என்னப்பா... என்று ஊர் பேசிடும் போது
அவன் ஊமையாய் இருக்கின்றான்...

வேதனைகள் எல்லாம் அவனின் வாயை
அடைக்கின்றது!
பொன் விளைந்த பூமியெல்லாம் புண்ணாகிக்
கிடக்கின்றது உள்ளார புலம்புகின்றான்!

கு.ரமேஷ்குமார்

உயர்ந்து வா உழவா

அதிகாலையில் ஆதவன் எழும் முன்னே
ஆவலுடன் வயலுக்குச் செல்பவன்
உணர்வுகள் முதல் உயிருள்ளவரை
உழைத்தும் களைத்தும் போனவன்
களைகளை அறுப்பவன் - தன் கடனால்
கழுத்தை அறுத்துக் கொள்கிறான்
விதைத்தவன் விலை கூறும்போது - விலையின்றி
சிலையாக்கப் படுகிறான் - விற்பவனே
மதிக்கப்படுகிறான் விளைவித்த உழவன்
மிதிக்கப்படுகிறான் - உழைப்பின் வலி
தெரியாத குருடர்களுக்கு உணவுயில்லா
வலி தெரியும் போது உழவனின்
வலி புரியும் அதுவரை - நீ
பயிர் செய் உழவா உலகம்
உன்னை உயர்விக்கும் வரை உழைத்து
மண்ணை மகிமைப்படுத்து உழவா

மா.செல்வமுருகன்

உழவனும் விவசாயமும்

நான் தான் உழவன்
உழுது உழைத்த மனிதன்
உட்கார்ந்து உண்பவனுக்கு நெல் சோறு அதை
விதைத்த அவனுக்கு கலிதான் சோறு
தனியார் நிறுவனம் தண்ணீர் எடுத்தால் தண்ணீர்
பஞ்சம் இதனால் விவசாயத்துக்கும் விவசாயிகளுக்கும்
என்ன மிஞ்சும்
உண்ண உணவு இல்லை என்றால்
உடம்பில் தெம்பு இல்லை
அதை விதைக்கும் உழவனை நாம்
நினைத்து பார்ப்பதில்லை
விவசாயம் இருக்கும் வரை
அதன் அருமை புரியாது
அது அழிந்தபின் கற்கலை
திங்க முடியாது

மெய்யழகன்

உழவன் தோளை உயர்த்து

நாட்டின் முதுகெலும்பு விவசாயம்
விவசாயம் செய்யும் விவசாயிகளே
உங்களை நான் வணங்குகிறேன்
ஏர்பிடித்து நீர்பாய்ச்சி
மக்களுக்கு சாப்பாடு அளிக்கும் தெய்வமே
உழவர் என்னும் சொல் விவசாயின் பட்டமே
குழந்தையின் பசி போக்க அம்மா
சோறு ஊட்டுவது உண்டுதான்
அப்போது அவர்களை கடவுள் என்கிறார்கள்
எல்லா மக்களுக்கும் உணவளிக்கும் விவசாயம்
கடவுள்தான், முற்காலத்தில் விவசாயம்
தொடங்கிவிட்டது
உழைக்கும் உழவன் இருந்தால் தான்
நாம் உணவை சாப்பிட முடியும்
விவசாயிகள் நாட்டின் கண்கள்
அவர்களை நாம் போற்ற வேண்டும்
வெயில் மழை புயல் எதுவாக இருந்தாலும்
நமக்கு உணவு அளிக்கும் விவசாயிகள் தெய்வமே
உங்களை நாங்கள் போற்றுகிறோம்
விவசாயத்தை காப்போம்
விவசாயியை உயர்த்துவோம்
உழவன் தோளை உயர்த்துவோம்

சபிதா.வ

திக்கற்று நிற்கும் என் நிலை

ஏரிக்கரையோரம்
ஏழரை ஏக்கர் நிலம்
ஏர் உழுது
ஏழு மரக்காய் நெல் விதைத்து
நாற்றும் நட்டாச்சு

கால்நடைகள், புழு பூச்சி,
எலிகள் அண்டாம பார்த்து பார்த்து
பக்குவமாய் வளர்த்தெடுத்த பச்சைபயிர்
பழுப்பு நிறமாக மாற, கதிர்கள் எல்லாம்
தலைவணங்கி பூமியை நோக்க

பாழாப்போன வெள்ளம் வந்து
என் பயிர் எல்லாம் முழுகிடுச்சி
முழுகி போனது என்னுடைய
பயிர் மட்டுமல்ல வங்கியில்
வைத்த நகையையும் தான்
ஏன்னு கேட்க நாதியில்லை
சர்க்காரை நம்பி தான் இருக்கிறது இந்த ஒரு ஜான் வயிறு

இவண்
விக்னேஷ்

உழவுத் தொழில்

தோளில் ஏர் கலப்பை
　　கையில் கஞ்சி கலயம்
முக்கால் வேட்டியோடு
　　முண்டாசு கட்டி
முழுமூச்சாய் வயல்களை
　　வளமாக்கும் வல்லவன் உழவனே!
களர் நிலத்தையும் கலைநயத்துடன் மாற்றும்
　　மாயம் உழவு தொழில்
மண்ணில் ஈரம் வந்ததும்
　　மனதில் ஆனந்தம் வரும்
ஏர் உழுது நீர் பாய்ச்சி
　　பசுமையை கண் முன் காட்டி
ஊர் செழிக்க
　　உணவளிக்கும்
உன்னத தொழில்
　　உழவுத்தொழில்!

உ. தங்க பிரியங்கா

விவசாயி

தாயின் கருவறையில் இருந்து
மண்ணில் தோன்றி
மூச்சு முழுமையையும்
முத்தான வியர்வைகளையும்
விதைகளாய் விதைத்து
விருட்சமாய் வளர
விண்ணை நோக்கும்
விவேக வீரர்களே...
உண்ணும் உணவு முதல்
உடுத்தும் உடை வரை
அனைத்தையும் விளைவிக்கும்
அன்பான மானிடரே...
தன் துயரம் பாராது
பிறருக்காக உழைக்கும்
உன்னத உழவர் பெருமக்களே...
தென்றல் காற்றை மூச்சாகவும்
சேற்று நீரை தாகத்திற்கும்
வயல் விளைச்சலை உணவாகவும்
இயற்கையை உயிராய் நேசிக்கும்
விவசாயிகளுக்கு சமர்ப்பணம்...

இரா.சுபாஷினி

உழவுத் தொழிலின் பெருமை

ஏர் உழவனின் உழைப்பு,
ஆணிவேர் போல் வெளியே தெரியாது
ஏர் கலப்பையின் பயன்கள்
உல்லாசமாக வாழும் உறவுக்குப் புரியாது

ஏரில் பூட்டும் காளைகளின்
அயராத உழைப்பு கணினிகள் அறியாது
ஏர் உழவனின் கால்களை,
விளைநிலத்தின் மண்கட்டிகளும் மறியாது

ஏரில் பூட்டிய காளைகளுக்கு,
வலியைப் பற்றி சொல்லத் தெரியாது
ஏர் உழவனின் உழைப்பால்,
உடம்பில் நோய் எதிர்ப்பு சக்தி குறையாது

ஏர் உழவனின் உழைப்பு,
எக்காலமும் கண்ணிலே மண்ணில் மறையாது
ஏர் உழவனின் எண்ணமே,
மண்ணிலே பசுமைக்கு குறையேது

ஏர் உழும் எண்ணமே,
உழவுத் தொழிலின் பெருமைக்கு என்றும் குறைவேது
ஏர் உழவன் சேற்றிலே,
கால் பதிக்காவிடில் மண்ணில் பசுமை நிறையாது

ஏர்முனைக்கு நேர் எதுவுமே இல்லை,
என்றுமே நம் வாழ்வில் பஞ்சமே இல்லை

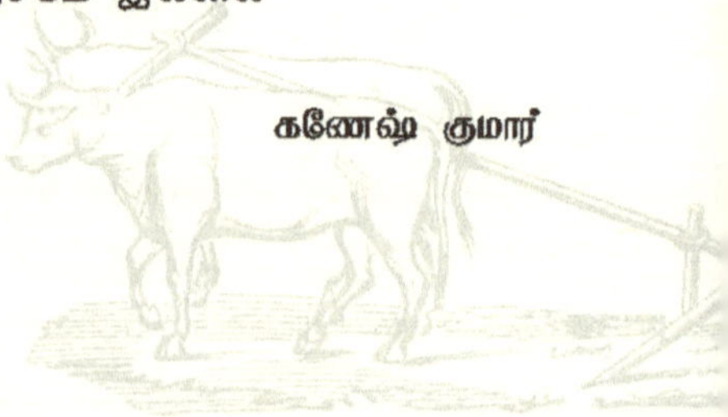

கணேஷ் குமார்

உழவனின் காதல்

மண்ணின் மீது காதல்
மழையின் மீது காதல்
மனிதன் மீது காதல்
மண் புழுவின் மீது காதல்
தன் வாழ்நாள் முழுவதும்
நீங்கா காதல் கொண்டு
மனித இனத்தின் பசியைப்
போக்கும் தெய்வம் உழவன்

க. சக்கதேவி

களவாகும் உழவு

பகுத்தறிவின் பயனறியா மானுடமே...
உலகுக்கு செயற்கையின் சேர்க்கை காண்பித்து
உழவுக்கோ இயற்கையின் இன்முகம்
எட்டாமல் செய்தாய்...
உழவன் ஊட்டி வளர்த்த விளைச்சலுக்கும்
உரிமை தர மறுத்திட்டாய்...
நித்தமும் உழைத்து
எப்போதும் ஏர் பிடிக்கும் (ஈகை)கைகள்
எனக்கென்ன என்றிருந்தால்
உனக்கென்ன ஒன்றுமே இல்லை...
உலகின் முதுகெலும்பாம் உழவு
முறிந்தால் முடிந்ததே போவாய்...
முற்றும் களவாகும் முன் உழவையும் காத்திடு...
உந்தன் தலைமுறைக்கு என்னும்
சுயநலம் கொண்டாவது...

சுஷ்மிதா.சு

என்றும் கலங்காதே உழவா

உழவனே! நீ விடியலை காணவில்லையேல்,
நெல்மணிகள் கதிரவனைப் பாராது!
உழவனே! நீ நிலத்தில் விதைகளை தூவவில்லையேல்,
விதைகள் நெற்பயிராக உருப்பெறாது!

உன் கால்கள் நிலத்தில் படவில்லையேல், களம்
கலைப்பெறாது!
உழவனே! நீ களம் இறங்கவில்லையேல், நெற்பயிர்
கரைச்சேராது!

உன் வியர்வைத்துளிகளை களம் அறியவில்லையேல்,
நெல்மணிகள் மணி மணியாக மாறாது!
உன் களத்தில் ஏர் பூட்டி நீ
உழவில்லையேல் மனிதன் வீரநடை போடுவதேது?

நீ நெற்பயிரை அறுவடை செய்யவில்லையேல்,
இல்லோர் வறுமை தீராது!
களம் மிதிக்கும் உன் தளராத நடை!
நிலம் பார்க்கும் உன் நேர்க்கொண்டபார்வை!

ஏர் உழும் உன் பலம்பொருந்திய புஜங்கள்!
நிலத்தில் சிந்தும் உன் மணிமணியான
வியர்வைத்துளிகள்!
உழைப்பை மட்டும் நோக்கும்
உன் நன்மை பொருந்திய மனம்!

உன் பசி அறியாது, பிறர் பசியை மட்டும்
சிந்திக்கும் உன் திறன்!

தினம் களம் பார்க்கும் உன் கண்களுக்கு
இனி கவலை எதற்கு?
இனி எதைக்கண்டும் கலங்காதே உழவா!

என்றும் விடியலை எதிர்நோக்கும் உழவன் மகள்,

க. அபிராமி

உழவும் உழவனும்

உலகில் ஓர் உயிரைப் படைக்க
தந்தையும் தாயும் தேவை
அவ்வுயிரை உலகு உள்ளவரைக் காக்க
ஏர்பிடிக்கும் உழவன் தேவை
உழவன் ஒருவன் இல்லையென்றால்
நாட்டில் உண்ண உணவேது
தன் வயிறு காயும் போதும்
பயிரைக் காய விட மாட்டான்
அவன் நிலத்தில் விட்ட வியர்வை
உரமாகி நெல்மணி ஆகிறது
இவ்வுலகம் விஞ்ஞானத்தில் சிறப்பு அடையினும்
பசியைப்போக்க உழவனாலே இயலும்
படைத்தவன் மட்டும் கடவுள் அல்ல
பிறர் பசிப்போக்குபவனும் கடவுள்தான்
அவனே உழவன்...
இவ்வுலகின் இறைவன்...
ஏர்பிடிப்பவன் இல்லை எனில்
அழிந்திருக்கும் உலகு பட்டினியால்
உழவன் வாழ்க!
உழவுத்தொழில் ஓங்குக!

கோ.மாலதி சுரேஷ்
கோவை

கரம் சேர்ப்போம்

உணவுக்காக உழைப்பவர்கள் மத்தியில்...
உணவை உருவாக்க உழைக்கும் இனமொன்று...
உழுபவன் விதைக்கும் விதை ஒன்று...
விருச்சமாகும் நாளும் இங்குண்டு...
விருச்சத்தால் பசியாற பலருண்டு...
எனினும் விதைத்தவன் வாடும் நிலை இன்று...
உலகெங்கும் உணவிட்ட உழவன்...
உண்ண உணவின்றி...
கற்க கல்வியின்றி...
கடன் தீர வழியின்றி...
உதவ கரமும் இன்றி வாடும் நிலை இன்று...
உணவுண்ண கரம் கொண்ட ஒவ்வொருவரும்...
கரம் சேர்ப்போம்...
உழவையும் உழவனையும் காப்போம்...

முதல் கரமாக நான்

உழவும் உழவனும்

களம் பார்த்து பார்த்து
காய்த்து போன
கழனியுழவரின் கால்கள் நிலம் போல்
வெடித்திருக்கும் கண்களோ
கிணறு போல வறண்டிருக்கும் கைகளோ
காலமெல்லாம் விளைவிக்க விறைப்பாய்
துடித்து கொண்டிருக்கும்
துடிப்போடு கடனும் பெறவைத்து கண்ணீரும்
பெறவைத்துவிடும்...
கடன்காரனாய் கண்ணீர் விட்டாலும்
விவசாயாய் தான் உயிர்துறப்பேன் என்று
காலமெல்லாம் சொல்லி உழுதுகொண்டே
ஒரு நாள் உயிர்துறக்கிறான்
உழவன்

ரா.சந்தியா

உழவன்

அதிகாலையில் சேவல் கூவும் முன்
ஆதவன் எழும் முன் எழுந்து
இன்றைய நாள் இனிய நாளாக
ஈடு இணையற்ற நாளாக
உலகிற்கு உணவளிக்க வேண்டி
ஊக்கத்துடனும் உற்சாகத்துடனும்
எந்திரமாய் வேலை செய்யாமல்
ஏலேலோ பாட்டு பாடி
ஐலேசா ஐலேசா ராகத்துடன்
ஒய்யாரமாய் சூரியன் வந்தாலும்
ஓய்வில்லாமல் உழைக்கும்
ஔவியம் இல்லா உழவர்களை
அனைவரும் போற்றி வணங்கினால்
ஆகுமே இவ்வுலகம் சொர்க்கமே!

அ.பத்மபிரியா

உழவனின் மகிமை

காலத்தை காட்டுகின்ற கடிகாரம் போல
பசியைப் போக்கும் பாய்மரக்கப்பல்
நீ!

கவலை மறந்து காற்று வீச வேண்டும்!
நீ உடைந்து போனால் என்னுயிர் பனிக்கட்டியாக
உறைந்துவிடும்!

உலகிற்கே உரம் தருகின்ற உனக்கு
பணம் தர ஏன் அனைவரும் பயந்து ஓடுகின்றன!
படித்து பட்டம் வாங்க முடியாவிட்டாலும்!

உன் வயிற்றில் அடித்து சந்தோஷம் கொள்ளும்!
இந்த உலகில் என்னுயிரும் உன் உயிரும்
நிலைத்திருக்க என்ன காரணம் உழவனே!

கவிஞர் ஸ்ரீ விஷ்ணு

எவன் எக்கேடு கெட்டா எனக்கென்ன?

நண்டு ஊறுது நரி ஊளையிடுது
காட்டாறு பாயுது காகம் கரையுது
தெம்மாங்கு பாடுது தென்னங்குருத்து
தலைவிரிக்கோலமா ஆடுது
சோறு வேகுது கொழம்பு கொதிக்குது
விட்டத்த பாக்குறான்
வானத்த கேக்குறான்
வருணண்ட வருத்தத்துல வாடுறான்
புள்ளக்குட்டி காரன்
கூவதான் செய்வான்
செவ்வானம் சின்னபுள்ளயாட்டாம்
விரல்சோம்பி சாதிக்குது வானம்
தை பிறந்தும் நல்ல வழி பிறக்காம விதி நின்னு
சிரிப்பா சிரிக்குது விழி வாய்க்கால்ல கண்ணீர் பதிக்குது
நெஞ்செல்லாம் அடைக்குது ஏர் உழுத சிறுவனுக்கு!

பா.கவுசிகா (பார்கவி)

உழவுத் தொழில்

வேட்டையாடிய இனத்தில் இருந்து
நாடோடியாக உலகை சுற்றித்திரிந்தோம்
வீட்டை விருட்சமாக அடைந்து
நாட்டையே ஆளும் திறனை வளர்த்தோம்
யுகம் யுகமாக பண்படுத்திய அரணை
கலியுகத்தில் மண்ணை பாழாக்கி நாங்
மன்னன் அளிச்ச கொடையை
மனிசயள்ளி அழிச்சுபுட்டாங்க
உணவே மருந்தாத இருந்த மேனி போய்
உடலே நஞ்சாத மாறும் நிலை வந்ததுங்க
வண்ணச் சேலை கட்டி ஏர்ழுத காலம் போய்
அன்றாட தேவை நீர்க்கு சண்டையிடும் நேரம்
வந்ததுங்க
பண்டமாற்றுமுறை பாரத தேசத்தில் ஓங்கிடுச்சி
வளர்ச்சியால் உழவுத்தொழில் மங்கிடுச்சி
கார்ப்பரேட் நிறுவனத்தான் விண்ணுல் தான் பறக்குறான்
காத்திருந்த விவசாயி கடைசியிலே மடிகிறான்...

ஜோ. குகன்

உரிமை

விதையை விலை கொடுத்து வாங்கி
வியர்வையில் நாற்று நட்டு விடியலை எண்ணி
ஏக்கத்தோடு காத்திருக்கிறான் உழவன்!

விதைத்தவன் நிலைமையோ இன்று
வியாபாரி கைகளில் பந்தாக ஆனது...
உழுதவனோ உள்ளம் வெதும்பி உரத்தகுரலில்
விசும்புகிறான்...
உரத்துக்கான மதிப்புகூட கிடைக்கவில்லை என்று!

ஏர் பூட்டி விதை விதைத்து நாற்று நட்டு உரமிட்டு
களை பறித்து அறுவடை செய்த மாமனிதனுக்கு விலை
நிர்ணயம் செய்யும் உரிமை கூட இல்லாமல் போனதே
இந்த சு(த)ந்திர நாட்டினிலே!

வைஷ்ணவி

இலக்கை மண்ணாக்கி முயற்சியை உரமிடு

பதுங்கி இருந்த முத்துகள்
பதில் சொல்லவில்லையென
பட்டினி கிடந்தது
பல வயிறுகள்!

உழுவ வந்த உழவனுக்கு
உலறல் மட்டுமே உணவு!
விதைத்தவன் எல்லாம் வீதிக்கு வர
புதைக்கப்பட்டவனோ
புதிராவே போனான்!

மண்ணை உழுத விவசாயி
விண்ணை உழுக சென்றானோ?
விதையாக நாம் மாறி
விழுதுகளாக மாற்றுவோம்
விவசாயம் காப்போம்!

இலக்கை மண்ணாக்கி
முயற்சியை உரமிட்டால்
வெற்றியின் விதைகள்
விண்ணளவு விழுதாகும்!

கு.மோனிஷா பாலாஜி குமார்

உழவன்

பெற்றெடுப்பவள் தாயெனின்
நீரும் தாயே!
பெயரளித்தவன் தந்தையெனின்
நீரும் தந்தையே!
பயிற்றுவிப்பவன் ஆசானெனின்
நீரும் ஆசானே!
படைப்பவன் ஆண்டவனெனின்
நீரும் ஆண்டவனே!
எனினும்...
உழவுக்கும் தொழிலுக்கும் வந்தனம் ஏட்டில் மட்டுமே?
ஒருவேளை,
உமக்கு அரசியல் மட்டும் பழக்கமில்லையோ?

சுவாதி

கண்ணீர் வரவழைக்கும் உழவனின் கதை

உச்சியிலே கண் சுருக்கி அண்ணாந்து பாத்து பாத்து வராத மழைக்காக ஏங்கி நிற்கும் ஏழை உழவன், தூரல் கொஞ்சம் விழுந்ததுமே விதை போடக் கடன் வாங்கி இருப்பதெல்லாம் அடகு வச்சு ஏரோட்டி விதைச்சுடுவான் முளை விட்ட பயிர்களோடு பிள்ளை பெற்ற ஆனந்தம் களை வெட்டி உரம் வச்சு கண்ணைபோல பாதுகாத்து ஒட்டிப்போன வயிற்றோடு மாடாக உழைச்சிடுவான் போட்டதில் அறைவாசி வேசையில கருகிடவே கலங்காம அறுவடைய காலத்தில் செஞ்சிருவான் அடித்து வச்ச மூட்டையெல்லாம், மனக்கணக்கு போட்டிடுவான் வருசமெல்லாம் கஞ்சிக்கு வழியொன்று தெரியுதுன்னு மனசுக்குள்ள மகிழ்ந்திடுவான் வாங்க வந்த வியாபாரி விலையில்ல சொல்லிப்போக நொந்து போயி போன விலைக்கு வித்திடுவான் வாங்கியது வட்டிக்கு பத்தாம போகையிலே மனசுக்குள்ளே மருட்டுவான் கடன்காரன் வாசலிலே கத்திவிட்டுப் போகையிலே வழியின்றி நிற்கையிலே கண்ணில் படும் காளை மாடு, கண்ணுக்குள்ள வச்சு வளத்த காளை இரண்டும் கடன்காரன் முடிச்சு போக மரணவலி கொண்டாடுவான் மானமுள்ள உழவன் மகன் இருப்பதெல்லாம் போனாலும் உழவையவன் விடுவதில்லை காஞ்சு போன

காட்டுக்குள்ள காலாற நடந்துவிடுவான் அடுத்த பட்டம் வாட்டுமென்று .... பட்டமுந்தான் வந்தபின்னும் பருவமழை பொய்க்கையிலே போக்கத்தை வாழ்க்கையெண்ணி அனுதினமும் அழுதிடுவான்,
தண்ணீர் பாத்து நாளான வெடித்து நிற்கும் மண்ணை பாத்து கண்ணீரைச் சிந்தியவன் கடைசியாகக் கடன் கேட்டு நாலு முல கயிறு வாங்கி நிக்க வச்ச கலப்பையிலே தலைப்பாகம் பாகத்துக்கட்டி நாண்டுகொண்டு செத்துருவான்...

அனுதாபம் தெரிவித்து அடுத்தநாளு செய்தியில 2 லட்சம் தருவோமென்று அரசாங்கம் அறிவிப்பு சேர்ந்துச்சா பாத்தவன்தான் எவனுமில்லை... கொடுக்கும் 2 இலட்சம் போயி வங்கியிலே வட்டி தரும், ஏர்க்குப்பையில் மாட்டைப் பூட்டி உழுதிடுமா? அழிஞ்சு போகும் இனமென்று சில விலங்குகளைப் பாதுகாக்க, கோடிக்கணக்கில் செலவு பண்ணி சரணாலயம் இருக்குதுங்க... அழிஞ்சு போற எம் உழவன் இனம் யாருக்கும் தெரியலையா? பணம் மாத்த காத்துநிக்கும் குடிமக்கள் ஒருநாள் சோத்துக்காக உழவன் வீட்டில் காத்து நிற்கும் நாள் வரனும்...

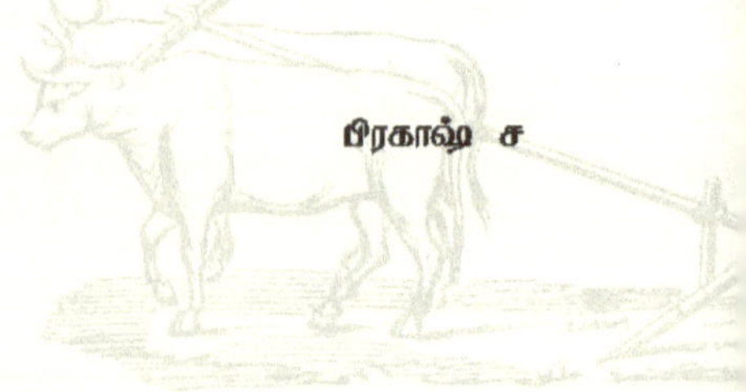

பிரகாஷ் ச

உழவன் நிலை

கருக்கலில் விழிச்சிகிட்டு
கலப்பையைதான் உழைக்குமெங்க
உழவன் சாமிதானடா

விளைஞ்ச பொருளுயெல்லாம்
வீணாகப் போனதடா
வெதச்ச மனங்க
வெந்துதினம் சாகுதடா

இவனோட கோரிக்கையை
இங்கே கேட்பதாரு டா
இனியும் நிலைச்சிதுன்னா
இனிநமக்கு சோறுயேதுடா

கவிஞர். து. சரவணன்

உழவன் நிலை...

ஏர் உழுத நிலம் இங்கே இருக்கு,
ஏற்றம் இறைக்க நீர் எங்கே...
வரப்புகள் மட்டும் மிச்சம் இருக்கு...
வாய்க்கால்களும் வறண்டுதான் கிடக்கு...

பார்த்து பக்குவமா வளர்த்த பனைமரமும்...
கருகி பாதியில நிற்க்குது இங்கே...
நெற்களை எடுத்த காலம் போச்சு...
இப்போ கல் சுமந்த காலமாச்சு...

சிறு பிஞ்சும் சேற்றில் ஆடும் அன்று...
இன்றோ புழுதிக் காட்டில் மட்டை பந்தாட்டம்...
விவசாயம் பார்த்த நிலமெல்லாம் வீணா போகுது...
விளைச்சல் நிலம் இங்கே நெடுஞ்சாலை ஆகுது...

ஊருக்கே சோறு போட்டான் விவசாயி...
இன்றோ கூறுபோட்டு
விளை நிலமும்
வீட்டுமனைகள் ஆனதுவே!

கவிஞர். பொ. பார்த்திபன்
கொடுமுடி

உழவனின் உழைப்பும் உயர்வான பிழைப்பும்

ஏர் உழவனின் கலப்பை,
மண்ணை ஆழப்படுத்துது!
ஏர் உழவனின் உழைப்பு,
மண்ணில் மனிதனை வாழ வைக்குது!

ஏரில் பூட்டிய காளைகள்,
நெஞ்சுரத்தையும் களைப்பில்லா உழைப்பின்
உயர்வைக் காண வைக்குது!
ஏர் உழவனின் வியர்வைத் துளிகள்
நம் கண்ணின் கருமணியைக் கலங்க வைக்குது!

ஏர்கலப்பை சேற்றிலும் சகதியிலும்
சென்றால் தான் நம்மை சோற்றில் கை வைக்க
செய்யுது!
ஏர் உழவனின் உழைப்பு இருந்தால்,
மண்ணில் மட்டுமல்லாமல் விண்ணிலும் நம்மை உயரச்
செய்யுது!

ஏர் உழவன் நாட்டில் பசுமையை விரிக்கிறான்!
உடல் உழைப்பை தெளிக்கிறான்!

கண்ணகி

மண்ணோடு உறவாடும் உழவன்

தொடர்ந்து மழை பெய்து வந்தாலும்
மழை வராமல் வரண்டு போனாலும்
புயல் என்றாலும் எத்துன்பம் நேர்ந்தாலும்
வருத்தம் எல்லாம் உழைக்கும் உழவனுக்கே

உழைக்கிறான் உதிரத்தை வெயிலில் உலர்த்தி
வியர்வையை கண்ட நிலமகள் வியக்கிறாள்
உயிர்கள் வாழ மண்ணை உழுகிறான்
உழும் ஏர்களப்பிற்கு பூமகள் பணிகிறாள்

உழைத்த உழைப்பை நெற்கதிராக எடுத்து
உலகமே உயிர்வாழ உணவு கொடுக்கிறான்
சிந்திய நெல்லை சிட்டுக்குருவிக்கும்
விட்டுக்கொடுக்கிறான்
மண்ணோடு உறவாடும் உழவனே எம்தலைவன்...

ஆர்.வள்ளி,
திருவள்ளூர் மாவட்டம்.

உழவன்

சிந்தனைகளை மேல்நோக்கி
உழவிற்கு கரம் தூக்கி
மண்ணை நேசமாக்கி
பயிரை சுவாசமாக்கி
உயிரை உரமாக்கி
காயங்களை களைகளாக்கி
கண்ணீரை தண்ணீராக்கி
அனுபவங்களால் பயிரை பக்குவமாக்கி
ஆழ்மனதை ஆயுதமாக்கி
அஞ்சா நெஞ்சனாக அறுவடைக்கு தயாராக நிற்கும்
உன்னத உள்ளம் படைத்தவன் உழவன்

இரா.ராதிகா

உழவன் அவனே தலைவன்

மண்ணில் வாழும் மனிதர்க்கு ஆசைகள்பல
தன்னைவிட யாரும் பெரிதில்லை இவருக்கு
மண்ணையும் பொன்னாக்குவர் இவர்தம் பணத்தால்
அன்னம் விளைவிக்க முடியுமோ இவராலே

அன்னத்தை அள்ளித்தரும் அண்ணல் இவன்
கண்ணீரே அதிகம் அவன் கண்டது
தண்ணீர் இல்லாமல் தள்ளாடும் அவன்வாழ்வு
பொன்போன்ற மனமும் வயிறும் காய்ந்தாலும்

மண்ணிலிருந்து மணி அரிசி தந்திடுவான்
பொன்னான பூமியை வாழவும் வைத்திடுவான்
பட்டாடை கட்டிப் பணமிருப்பவன் போகையிலே
அரையாடை அணிந்து உழவும் செய்திடுவான்

நாமெல்லாம் மணக்கும் சந்தனத்தில் மிதந்திட
சாணத்தைச் சந்தனமெனப் போற்றிடுவான்
அடிக்கும் வெயிலில் அரையாடையுடன்
இவனில்லாவிடில்
வடிக்கும் சோறும் நாமும் பார்ப்பதேது

இவன் வடிக்கும் கண்ணீருக்குப் பதிலுண்டோ
பட்டினிச் சாவுகள் பல என்றாலும்
தட்டிக் கேட்பவர் யார் இங்குண்டு
உழவே உயிராம் அறிவீர் இளையோரே
உன்னறிவைச் செலுத்து உழவுத்தொழிலை உயர்த்து

உண்ண அன்னம் கொடுக்கும் அன்னலட்சுமியாம்

உழவனே அவனே தலைவன் என்றும்
இயற்கையைக் காக்கும் இறைவனும் அவனே
உழவை மதிப்போம் உழவரைப் போற்றுவோம்

மகேஸ்வரி கிருஷ்ணசாமி
MSC, BLISC, DPRI.ED,
இராஜபாளையம்

உழவன்

உழவனே! உணவைத் தரும் இறைவனே!
நிலத்தில் உளுபவனே,
வேளாண்மை தொழில் செய்பவனே!
நீ சேற்றில் கால் வைத்தாயே,
கொடை வள்ளல் போல் சோற்றை அள்ளி
கொடுத்தாயே!

பரந்து விரிந்த வயலிலே,
பசுக்கள் நிறைந்த ஊரிலே,
பசுமை எங்கும் நிலவியதே,
உழவனின் உழைப்பாலே உலகமும் மகிழ்கிறதே!

உழவனே! எம் பசி தீர்க்கும் விருந்தே!
எம் நோய் அகற்றும் மருந்தே!
எம் உயிர் காக்கும் உணவே!

உழவனே! உம் தொழிலுக்கு ஈடில்லை!
உழவனே! உம்மைப் புகழ வயதில்லை!
உழவனே! உம்மைப் போல் ஒரு தெய்வமில்லை!
உழவனே! உயிர்காக்கும் உயிர் மூச்சே!

மழலைக்கவி பா.தானு பவன்

உழவன்

பத்துமணிக்குத் தூங்கி எழுந்து கண்ண தொடச்சு
பாக்குறோம் கோவணத்தை கட்டி ஒருத்தன்
ஏறு உழுது இருப்பத
எட்டி எட்டி பாக்குறோமே மாட்டவெரட்டி போறத,
ஏனோ அவன் கஷ்டம் எட்டவில்ல புத்திக்கு
பாதி ஏக்கர் முடிஞ்சு போச்சு 10 மணி வாக்குல
எப்போ ஆரம்பிச்சானோ மணி கணக்கும் தெரியல
சோறு தண்ணி எறங்கல வெயிலும் அவன வாட்டல
கஞ்சியோட காஞ்ச மொளகா அவன் பசிக்கு
போதுமோ
நம்ம பசி போக்கவே, அவ வெதச்ச நெல்லும்
வெளையுதே
பக்குவமா சோறாக்கி பலவகையா சாப்பிட்டோம்
பாதி விலை இல்லாமா அவன் வைத்தில் அடிக்கிறோம்
தூங்கும் போது தின்ன சோறு தொண்டைக்குள்ள
அடைக்குனு தூக்கு மாட்டி அவன் தொண்ட அடைக்க-
அவன் போட்ட சோத்த நம்ம திண்ணோம்
சோறு போடும் கடவுள்...
அவன கருவரையில் வெக்க வேணா கல்லறைக்கு
அனுப்பாதே

என்றும் தமிழுடன்

ஹரி

மண்ணோடே உறவாடுபவன்

உழுதுழைக்கும் உழவன் என்று உயர்த்திசொல்லடா!
உனக்கிணை யாரும் இந்தஉலகில் இல்லையடா!
விதைகளை பெற்றெடுப்பதால் நீயும்ஓர்
அன்னைதானடா!

காயையே கனியாக்குவதால் நீதான் கள்வனடா!
பலத்தைக்கொடுத்து மண்ணை
பதப்படுத்துவதால் நீ ஒரு பண்பாளனடா!
பழத்தைவிற்று பணத்தை பெற்றால்
பணக்காரன்தானடா!

மாரியைப் போல மாசில்லாத மாமன்னனடா!
ஏரினைக் கொண்டு உழுவதில் வல்லவனடா!
களத்தில் அடிப்பதால் நீயும் வீரன்தானடா!
காளைகளை அடக்குவதால் நீயோ
காங்கேயகாளையடா!

நக வித்து நாற்று நட்டு வெச்சாயடா!
நாசமா போன வெள்ளம் வந்து
நித்தமும் நீயும் கண்ணீரில் மிதந்தாயடா!
பரந்து விரிந்த பூமியிலதா நீயும்...
பலப்பொருளை விதச்சு மகிழ்வாயாடா!
மகிழ்வித்து மகிழ்

தமிழ்ப்பாவை இரா.இரம்யா

புண்ணியவான்

நன்செய் புன்செய் செம்மண் வண்டல் கரிசல் ஆகிய
உயிராதார நிலத்தினை பண்படுத்தும்
நுண்ணறிவு பெற்றான்
ஆறு, குளம், ஏரி, ஓடை, கிணறு ஆகிய
இன்றியமையாத நீரின் ஆற்றலை பிரயோகித்தான்
உயிர்வளி, கரியமிலவாயு, ஈரப்பதம், தென்றல், புயல்
ஆகிய வளிமண்டல காற்றின்
வல்லமையைப் போற்றுவான்.
கோடை, குளிர், மழை, வசந்தம் ஆகிய
காலங்களை கனியச்செய்யும்
சூரிய நெருப்பின் தீரம் உணர்வான்.
பிரபஞ்ச உயிர் சக்தியை மழையால்
சிறு நெல்மணியில் ஒளித்து வைக்கும்
பராக்கிரமம் பெற்ற ஆகாயத்தினை வணங்குவான்.
ஐம்பூதங்களும் உலகில் உயிர்களாக இருக்கையில்
இயற்கை அன்னையோடு இசைந்து
இன்வாழ்வு பெற்ற புண்ணியவான்.
அண்டத்தின் அருளோடும் பரம்பொருளின் ஆற்றல்
பிரவாகத்தோடும் பிற உயிர்களின் பசியாற
உழைக்கும் புண்ணியவான் — உழவன்

ம.மனீஷா

தற்"கொலை"யாகும் விவசாயி

பத்து காசு பாக்க
பத்து திங்கள் உழைத்து...
இரவு பகல் பாராமல் வரப்ப காவல் காத்து...
கரும்பு காட்டுல நரி போகாம...
சோலக் கொல்லையில மாடு, மனுசன் போகாம...
பருப்பு விதைக்கயிலே பருவம் தவறாம...
நெல் நடவயிலே நேரத்திற்கு தண்ணீர் விட்டு...
பாத்து பாத்து வளர்த்தோமே பச்சக் குழந்தை போல...
மனுசன் வந்து அழிச்சிருந்தா மனசு
ஆறிப்போயிருக்கும்...
மழை வந்து அழிச்சிருச்சே எங்கே போய்
சொல்வோமோ?
பஞ்ச பூதங்களை நம்பி பஞ்சம் பொழைக்க
வந்தோமே...
நெஞ்சுல வலியோட நஞ்ச குடிச்சு மாண்டோமே...
அரசு அரவணைச்சா ஆறுதலா இருந்திருக்கும்...
ஆனால்... அரசோ
கண்ணீர் நதியைக் கைக்குட்டை கொண்டு
துடைக்கிறதே...
போராடி பார்ப்போம்னு பல மாதம் காத்திருக்கும்-
வீராதி வீரர் நாங்கள்- விவசாயி என்று பெயர்...

திவ்யாஹரி,
மயிலாடுதுறை.

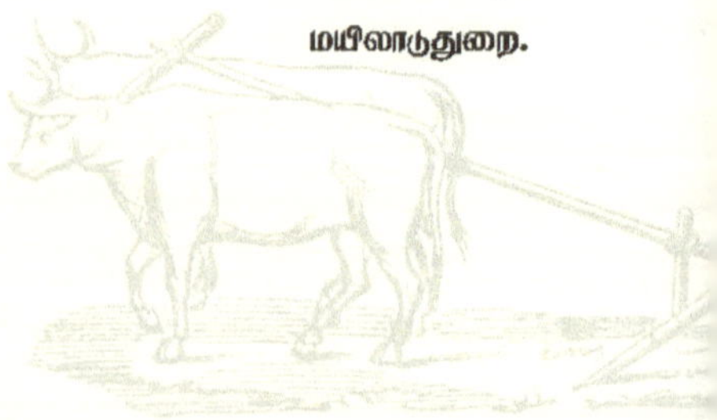

விவசாயியின் வேதனை

உன் குழந்தையைப் போலே
கழனியைக் காப்பாய்!
பயபக்தியுடன் பாந்தமாய்
பயிர்பச்சையைப் பார்ப்பாய்!
நீ வானம் பார்த்த பூமி
எமை வாழவைக்கும் சாமி
வேறு தெய்வமேது காமி - இன்றோ
விளை நிலமெல்லாம் விலை நிலம் ஆக
வயல்காட்டில் உழைத்தவர்கள்
அயல்நாட்டில் பிழைப்பு நாட
பாடுபட்டது உரியபயனில்லாது போக -
எண்ணற்ற ஆதங்கம் - அதில் இதுவும் ஓரங்கம்
உழவருக்கு யாரும் ஒப்பில்லை
ஒப்பிருந்தால் அதில் உப்பில்லை - இதை
உணர்ந்தால் அது தப்பில்லை!
உணவுக்களஞ்சியங்களால்
உலகுக்கே பொலிவு!
உழவுத்திருமகன்களுக்கே - என்
உன்னத பணிவு!

Dhanalakshmi C

உதிர்ந்த இலையா விவசாயி?

கதிரவன்
கண்விழிக்கும்முன் கலப்பையைத் தனதாக்குவான்,
கொட்டும் அருவி நீரை கொஞ்சிக் கொஞ்சிப்
பருகுவான்

அண்ணாந்து பார்க்கும் கொக்குடன் ஆகாயத்தை
அதிசயமாய்ப் பார்ப்பான்,
அழுக்குக் கையில் அவித்த பயிற்றை, தின்றே
ஆக வேண்டுமென ஆணையிடுவான்;

காலில் மிதிப்பட்ட சேறு கண்ணில் படினும்,
புன்னகையுடன் இதழ் காட்டுவான்,
கடைசியிலாவது ஒற்றை பயிர்
மலர்ந்து நிற்பினும் மினுங்கும் நிலவை
விஞ்சியதாய் ஆர்ப்பரிப்பான்;

உண்டு தீர்த்த போதும் - இனியும்
உழுது பார்க்க ஆசை கொள்வான்;

அவனோ -கற்பனைக்கும் அற்புதமாம் பேரன்பின்
சாட்சி,
அவனது நிலையோ இன்று காவியமும் ஓவியமும்
காணாத காட்சி;
அவன் கேட்பது நிதியை அல்ல நீதியை -ஆம் அவனே
எம் விவசாயி!
அவனையே இங்ஙனம்
உதிர்ந்த இலையாகக் கருதுகிறேன்

நான் விரும்புகிறேன் என் கணிப்பு பொய்யாக
இருக்கவேண்டும்;

அவர்கள் உதிர்ந்த அல்ல உதிரும் இலையாகக் கூட
இருக்கக்கூடாது
அவனை மறந்தால் சித்திரை முதல் நித்திரை வரை
மாத்திரை தான்!

க.மகாலட்சுமி

ஏர் உழவன்

முதலில் நாத்தை
நெசவு செய்தபின்
வயலில் பச்சை
தாவணியை விரித்து
நெல்லை தங்க
ஜரிகையென மாற்றி
அறுவடை செய்து
சந்தைக்கு அனுப்பி
நம் உதரம் நிரப்புகின்றவனே
உதிரம் சிந்தும் உழவன்

Sakthivel

உன்னை வணங்குகிறேன்

அகிலத்திற்கே உணவு தருபவன் நீ
ஆனாலும் உணவு பஞ்சம் உனக்கு!
இறைவனுக்கும் படையல் தருபவன் நீ
இயன்றவரை போராடாமல்
இறப்பு வரை உழைப்பவன் நீ!
எங்களுக்கு உணவு வாழ்க்கை
உனக்கு உழவே வாழ்க்கை!
நிலத்திற்கு மழைகள் ஒருபுறம்
உரங்கள் ஒரு புறம்
எல்லாம் உனக்கு அப்புறம்!
உன்னை நித்தம் வணங்குகிறோம்
உலகின் உயிர் நாதம் என்று
என்றும்!

சி.கார்த்திகேயன் *B.A., BGL*

விவ(சாயம்)

புல்லை நெல்லாக்கி...
ஆறு மாதம் அரவணைத்து
அறுவடைக்கு ஆள் கூட்டி
அவன் உடம்பில் சேற்றை பூசி...
நமக்கு சோற்றை தருகிறான்...
நாமோ...நம் உள்ளத்திற்கு
"சாயம்" பூசி கொண்டு "விவசாயம்"
என்பதை மறந்துவிட்டோம்...
அது சரி,
ஆயிரம் ஐநூறு வாழும் நாட்டில்...
விவசாயியே அடுத்த வீட்டில் கையேந்த...
நாம் மட்டும் என்ன
விதி விலக்காக?
உணவை சிந்தும் முன்
அவன் சிந்திய வியர்வையும்
ரத்தத்தையும் நினையுங்கள்...
மறந்து விடாதீர்கள்
விவசாயமே நாட்டின் எதிர்காலம்...
விவசாயியே நாட்டின் கடவுள் என...

KAVIRAJ B

உழ(பக)வன்

கடவுள்,
நம் உடல் உயிர் படைத்தான்
அவனை அறியவோ
உணரவோ இயலவில்லை!
விவசாயி,
நம் உடல் உயிர் உருவாக்கத்தில்
தன் ஊண் உயிர்
அளி(ழி)த்துக் கொண்டேயிருக்கிறான்!
நம் மனமும் அறிவும்
அதன் அருமையை (வலியை)
உணரவோ ஏற்கவோ
விழை(ளை)யவில்லை!
சுழன்றும் ஏர்பின்னது உலகம்
என்ற அறிஞனின் வாக்கை
உணர்ந்து! மதி மயக்கம் நீங்கி!
ஞானக் கதிரவனாய்
ஞாலம் சிறக்கட்டும்...

ஜெயவேல் முருகன்

நாளையிந்தியா நம் சேற்றில்

மக்களுக்கான விவசாயம் அன்று;
பெரும் வணிகர்களுக்காக இன்று
வாழ்க்கையின் ஆதாரமாய் இருந்தது;
விவசாயிகளை எலிதின்ன வைக்கிறது
உணவே மருந்தாயிருந்த நிலை;
மருந்தே உணவாயான கவலை
பயிர்களை உயிர்கள் ஆக்கியோர்;
இன்று களைகளாய் மடிகின்றனர்
போதும் உங்கள் அறிவியல்;
மண்ணைப் புண்ணாக்கும் அரசியல்
அறுவடைக்காக மட்டும் குனிவோம்;
ஆணவத்தை எதிர்க்க நிமிர்வோம்
அன்பை விதைக்கும் நாம்;
அக்கிரமத்தை நிச்சயம் வேரறுப்போம்
நாளையிந்தியா நம் சேற்றில்!

ராஜு ஆரோக்கியசாமி
திருச்சி

உயிர் காக்கும் உழவு

வயல் சேற்றில் கால் வைத்து
வரம்போடு போராடி
நெல் நாற்றை ஊன்றி
உடல் சாற்றை உரமாக்கி
உயிர் வாழ உணவளிக்கும்
உழவனும் விஷ்னுவே
சேற்றில் சுற்றும் சேய் அவன்
நவீன நண்பரே
ஏவுகணை ஏவி விண்போதல் போதாது
ஏர் பூட்டி உழவு செய்தலும் வேண்டும்.

Thenuja yokachchandran

விவசாயத்தை காப்போம்

விழித்தெழு மானிடா! விழித்தெழு!
வையகம் காக்க விழித்தெழு!
பச்சைப் பசேலென்று இருக்கும்
நிலமோ! இன்று காணலாகிறதே!
கட்டிடங்கள் உயர! உயர!
நீரூற்று நில்லாமலாகிறதே!
நீரின்றி அமையாது நிலம்!
பயிரின்றி அமையாது உயிர்!
அப்பயிர்களை விளைவிக்க!
உழவனோ! வியர்வை சிந்தியே!
இறுதியில் பட்டினி சாவுகளை
பரிசாக பெறுவதும் அவ்வுழவனே!
இந்த இக்கட்டான நிலையிலும்!
விவசாயத்தை பாதுகாக்கும் உழவனே!
இவ்வையகத்தை ஆள வேண்டுமே!

பு.பொற்கொடி

உழவுக்கும் உழவர்க்கும் வந்தனை செய்வோம்

நித்தம் நித்தம் நாம் உண்ணும் சாப்பாடு...
அதை விளைவிக்க உழவன் படுவது அரும்பாடு...
உழவன் நிலத்தில் கொள்வது ஈடுபாடு...
உழவில்லையேல் உயிர்களுக்கு பஞ்சப்பாடு...

அளப்பறியது உழவன் உழைப்பின் மதிப்பீடு...
உயர்வான (உயிரான) உழவுத்தொழிலுக்கு ஏது ஈடு...
சில சமயம் இயற்கையால் இடர்ப்பாடு...
அதற்கு ஆதரவு கொடுப்பது பயிர்க் காப்பீடு...

அவ்வப்போது நிலவும் வானிலை முரண்பாடு...
அத்தனைக்கும் அசைந்து கொள்வது
உழவனின் பெரும்பாடு...

உயிர் அனைத்திற்கும் விருந்தோம்பி
வாழ்வது உழவனின் பண்பாடு...
உழவுக்கு பின் சுழன்றும் உலகம்
என்பது வள்ளுவர் கோட்பாடு...

வெயில் மழை பார்க்காது
உழவனின் செயல்பாடு...
விசும்பும் துளிக்கும் வியர்வைத் துளிக்கும்
இல்லை பாகுபாடு...

விதைத்து விளைச்சல் செய்யும்
உழவனுக்கு ஏது ஒப்பீடு...
வாடாமல் உயிர்களைக் காக்கும்
உழவனின் பெருமையை போற்றிப் பாடு...

தேவிஸ்ரீ கார்த்திக்,
இராஜபாளையம்

உழவர்

உழு நிலங்கள் எல்லாம்
விலை நிலங்களாய்!
விதைக்க பணமில்லாமல்
தரிசு நிலங்களாய் கிடக்கும்
நிலங்களை எண்ணி- அவர்
சிந்தும் கண்ணீர் துளிகள்
உரங்களாய் அவர் நிலத்தில்...

வாங்கிய கடனும் கட்டவில்லை!
பசித்த வயிறும் அடங்கவில்லை!
காலநிலைகளும் கைவிட...
சிந்திய விதைகளை
அறுக்கும் கொடுப்பினையும் கைவிட...
ஏக்கத்துடன் பார்க்கிறான் - உழவன்
தன் வாழ்வு தனை!

சிலர் கண்ணீரோடும்
சிலர் கடனோடும் முற்று பெற...
இன்னும் சிலர் சின்ன கயிற்றில் முடிக்கிறார் -
வாழ்வை!
பிற உயிர் காக்க உழைக்கும் உழவன்!

Jency Clara @ Regi

ஏர் உழவன்

படைத்தவன் அகிலத்தில் படைக்க;
படைத்த உயிர்களை பாதுகாக்க உயிர்களுக்கு
உணவைப் படைக்கின்ற முகம் தெறியா கடவுளே!
தன் தாகத்தையும் பசியையும் தியாகம் செய்து
பிறர் பசி தீர்த்தவனே;

சுத்தம் அசுத்த என்று ஆராயும் மனிதர்களுடன்
கலந்தும் அவர்களின் மூடத்தனமான கூற்றை
பொருட்படுத்தாமல் வயலில் பயிர்களுக்கு பாய்ச்சும்
நீரை பருகியே வாழ்நாள் பல சென்றவனே;

ஆடை அணிகலன்கள் அணிந்து பகட்டாக வாழும்
வாழ்க்கை தேடி ஓடுபவர்கள் மத்தியில் கருமையான
சேரும் சகதியும் பூசிய மேனி யுடன் வாழ்நாள் பல
வாழ்ந்தவனே;

இராட்சசர்கள் இரவில் உழைப்பவர்கள்;
மானுட ர்கள் பகலில் உழைப்பவர்கள்;
ஆனால் இவர்கள் இருவருக்கும் மேலாக நான்
வாழ்நாளில் இரவும் பகலும் பயிர்களின் செழிப்பாக
நிற்பதற்காகவே நன் பாதத்தில் தன்மையை இழந்தவன்
உழவன் ஒருவனே!

உன் பசிக்கு காரணமாக இருந்தவனை
மறந்து விடு மன்னித்து விடு!
உன் பசி தீர்க்க காரணமாக இருந்தவனை
நினைத்து விடு;
அவன் வாழ்வு நன் நிலை அடைய

பிராத்தனை செய்து விடு!

தற்சார்பு வாழ்க்கை வாழும் விவசாயிகளின் மகள்
பசுமை காதலி!
நம்மை படைத்தவன் முதன்மை என்றால் படைத்த
உயிரை பாதுகாக்க உணவளிக்கும் உழவர் தானே
படைத்தவனுக்கு இணையாக போற்றப் பட
வேண்டியவர்கள்!

Hariniarjun

ஏர் உழவன்

வேர்வையின் மகனாய்
ஓலைக்குடிசையிலும் ஒய்யாரமாக; ஓர் சிம்மாசனம்!

ஒத்தையடிப் பாதையிலும்;
திகட்டாத தெம்மாங்கும்!

கிணத்தடியில் கிளறும்;
கேளி கிண்டலும்!

ஆத்தங்கரையும் அடிக்கடி பேசும்;
சலசலயெனவும்!

ஆடிபாத்து விதைக்க; விதைத்தவை விளைந்து நிக்க!
முடியவில்லையே!
விதைத்தவன் விலை நிர்ணயிக்க முடியவில்லையே!

மறந்தாயோ! மறந்தாயோ!
உனக்காக உழைக்க மட்டுமே தெரிந்த!
என் அப்பன் உழவனை மதிக்க மறந்தாயோ!

*R.Royce Antony Prasath.***B.A.,**

உழவனின் நிலைமை

உலகிற்கே
அன்னம் கொடுப்பவன்
அன்றாட உணவிற்கு
திண்டாடுகிறான்...
தன் தெய்வமாய்
கருதும் நிலத்தில் இறங்கி
காலணியை தவிர்த்து - அவன்
மண்ணை பொன்னாக்கும்
அழகினைக் காண
இரு விழிகள் போதுமா?
தனது ஒப்பற்ற உழைப்பினால்
நிலம் தனக்கு அளித்த பரிசினை
தன்னை பட்டினி போட்டவர்களுக்கு அளித்துவிட்டு...
உயர்ந்து நின்றான்
உழவன்!

புவனேஸ்வரி பாபு

வயல்

அழகான தென்றல்
அற்புதமாய் வீசுகின்றதே!
நடுவை நடும் பெண்கள்
நவரசத்தில் ஒரே நேரத்தில்
காட்டுகின்றனரோ?
இல்லை அந்த வயல்
வெளியில் நடுவே
நின்றதனால் அதனால்
தான் அவ்வாறு
தெரிகிறதோ!

கவிஞர் ச.தேன் மொழி

உழவுத்தொழில்

பாரில் உள்ளோரெல்லோரும் அறிய வேண்டும்...
சோறில் நாம் கைவைக்க...
ஏரில் உழவன் கை வைக்க வேண்டுமென்று...
மலர் சோலையில் மயங்கும் நாம்...
சீர்மிகு பாடசாலை தோறும் கூற வேண்டும்...
ஏர் உழவன் கோசாலையில் படும் துயர் பற்றி...
புலவன் எழுத்தில் கருத்தை பதித்தான்...
உழவன் மண்ணில் மனிதம் வளர்த்தான்...
உழவை மீறி பாரிலுயர்ந்த பணியாதொன்றுமில்லை...
ஏர் உழவனுக்கு ஈடு இணை என்றுமில்லை...
நீர் அளவே ஆகுமாம் அல்லி...
பார் ஆகுமாம் ஏர் உழவனின் பேர் சொல்லி...
இயற்கையை காக்க...
இனியாவது மேற்கொள்வோம் இயற்கை விவசாயம்...
உழவை காக்க...
உழவனை காப்போம்...

பொன் மலர் செந்தில்குமார்

ஏர் உழவன்

செய்நன்றி அறிந்தவன்
மண் செய்த நன்றியை மறவாதவன்
பகலவனுக்கு நன்றி உரைக்க பண்டிகை எடுத்தவன்
மாரி கண்டால் மழலை போல் ஆர்பரிப்பவன்
உழவை வாழ்வியல் முறை என உலகிற்கு உரைத்தவன்
பிறர் சாராமல் வாழும் தற்சார்பு முறையை கற்பித்தவன்
விதையை விருச்சமாக்கும் வழி அறிந்த விஞ்ஞானி
அவன்
விதைத்ததின் பயனை மனிதன், மாடு, மண் என
மூன்றுக்கும் பிரித்து அளித்தவன்
உலகுக்கே உணவளித்த தாயுமானவன்
உணவுக்காக போராடினான் இல்லை
உழவுக்காக போராடினான்
வாழ்நாள் எல்லாம் ஓய்வு இல்லாமல் உழைத்தவன்
ஓய்வூதியம் கிடைக்க பெறாதவன்
உழவை தொழிலாக அல்ல தொண்டாக செய்தவன்
ஏர் பிடித்த கை அது உழவையே தொழுமே தவிர
வேறு எவரையும் தொழாது என்றவன்
இன்றும் பல உயிர் வாழ ஏர் பிடிக்கும்
ஏர் உழவன் அவன்

Rajeshwari R

உழவனின் உதிரம்

ஏர் கலப்பை எடுத்து உழுத
என் உழவன் இன்று...
எந்திரத்தை வைத்து விவசாயம்
புரிகிறான்! காலை வெயிலில்
பணி முடித்து கேப்பை
கூலை ருசித்த என்உழவன்!
இன்ற மதிய வெயிலை
கூட தாங்கிக் கொண்டு
வியர்வை சிந்துகிறான்! ஊரார்
வயிற்று பசி போக்க
ரத்தமும் சிந்தி உழைக்கிறான்!
ரத்தினமாய் நெல்மணிகளை
கொண்டு சென்றால் எவனோ
ஒருவன் அதில் குறையினை
சொல்லி இழிக்கிறான்! எப்போது
மாறுமோ இந்த அவலம்...

மு.கவியோகேஷ்

காதலுடன் விவசாயி

காதலிக்க ஆசைதான்!
கைப்பிடித்து நடக்கும்
பெண்மணியை அல்ல;
கயிற்றைப் பிடித்து நடக்கும்
என் காளையை!
கட்டி அணைக்க ஆசைதான்!
காரணம் சொல்லி பிரியும்
காதலியை அல்ல;
அறுவடை செய்யும்
என் நெற்கதிர்களை!
முத்தமிட ஆசைதான்!
அழகிய மகளிரை அல்ல;
விவசாயம் செய்யும் மண்ணை!
மூன்று முடிச்சு போட ஆசைதான்!
என் காளையின் மூக்கனத்தை பிடித்து,
முத்தமிடும் தேவதைக்கு
மூன்று முடிச்சு போட ஆசைதான்!

திவ்யா முனியப்பன்

என் செய்வேன்

என் செய்வேன் குழந்தாய் என் செய்வேன்?

இயற்கை அழகும் எழிலும் நிறைந்தது என் பூமி...
முல்லை சிரிக்கும் குறிஞ்சி கொஞ்சும் மருதம் மகிழும்
செழிப்பானது என் பூமி...
வைகையும் காவிரியும் கரை நடுவே நடனமாடிச்
செல்லும் என் பூமி...
இயற்கைகே இயற்கை தந்த எங்கள் பாட்டன்
வாழ்ந்தது என் பூமி...

இன்று அதில் செயற்கை உரமிட்டுவிட்டேன் அதனால்
கட்டழகு கன்னி என் மண் தாயின்
கருவினை அழித்தேனோ...
ஆனந்த நடனமாடிய என் மண் தாயின்
கால்களை உடைத்தேனோ...
மகிழ்வான என் மண்ணின் மாண்பை கெடுத்தேனோ...

மண்ணே உன் நிலை கண்டு வான் மேகத்தை கூட்டி
அடிக்கடி விம்மி விம்மி அழுகிறதோ...
கடுஞ் சினத்துடன் கதிரவனின் கதிர்கள் என்னை
தண்டிக்கவே இங்கு வருகின்றனவோ...
நீர் நிறைந்த ஆழி இன்று உன் நிலை கண்டு அலை
அலையாய் திரண்டு உள்ளே வருகிறதோ...
காற்று உன் கலையிழந்த நிலையினை
கண்டு கசடாய் மாறியதோ...

பஞ்ச பூதங்களையும் பாழாக்கிய பாவியானேனோ...

உயிர் காத்த உன்னை செயற்கை உரமிட்டு
கொன்றேனோ...

உன்னை உயிர்பிக்க என்ன செய்வேன்...
என் செய்வேன் குழந்தாய் என் செய்வேன் விடை
கூறு...
உழவனே விழித்திரு!

பிச்சைமணி

கடமைப்பட்டிருக்கிறோம்

பார் எங்கும்
மார்தட்டி பேர் சொல்லி
பெருமைப்படுத்த வேண்டியவன்
ஏர் உழ நீர் இன்றி
போர்க்களத்தைச் சந்திப்பதைப்
பார்த்துக் கடக்கின்றோம்
நேர்ந்தைத் தீர்க்க
யார்தான் வருவாரோ?

உற்றாருக்கு மட்டுமின்றி
ஊராருக்கும்
உணவளிக்க
உடலை வருத்தி
உள்ளங்கால் தேயும் வரை
உண்ணாமல் கூட
உழைக்கும்
உழவருக்கு
நாம் கடமைப்பட்டிருக்கிறோம்...

தனலட்சுமி சந்துரு

உழவனின் கதறல் குரல்

சுட்டெரிக்கும் வெயில்
சுகமான குளிர்பதனப்பெட்டி
கணினி வேலை கைநிறைய சம்பளம்
நிழலிலேயே இருந்த உமக்கு
வெயிலின் அருமை புரியாது
கதிரவன் முன் எழுந்து
கஞ்சியை அருந்தி
களைப்பிலும் உழைப்பிற்குச் சென்று
உழவு உழுது உழுந்து விதைத்து
களை கலைந்து நீர் பாய்ச்சி
பூச்சிகள் வெட்டியதால்
பூச்சிமருந்து தெளித்தேன்
செத்தது பூச்சி மட்டுமல்ல
என் உயிராய் வளர்த்த பயிர்களும்
கடன் வாங்கி விதைத்த பயிர் கருகிப் போனது
கொடுத்ததை வங்கி கேட்க
அவமானம் கதவு தட்ட
இருந்த வீட்டை விற்றேன் கடன் அடைக்க
இறுதிச் சடங்கையாவது
என் இருப்பிடத்தில் முடிக்க

ரா.மாலதி

கலப்பை எடுத்த கடவுள்

காணி நிலம் வேண்டு மென்றான்,
காளி தேவியின் பரம பக்தன்,
சித்தம் குளிர மாளிகை கேட்டவன்,
சித்தம் குழைக்கும் வயல்வெளி மறந்தான்,
வலிகள் தந்திடும் வேளாண் என்றோ?
வான்புகழ் புலவன் கேட்க வில்லையோ?
உழைக்க வேளாண் செய்தது அக்காலம்,
பிழைக்க வேளாண் செய்வது இக்காலம்,
உடலை வருத்தி உள்ளத்தில் இருத்தி,
போதிய செலவை செய்திட துணிவான்,
வயலில் இறங்கி கால்கள் பதிப்பான்,
வித்துகள் விதைத்து வெந்நீர் விடுவான்,
சத்துகள் கூடிட சத்துர மிடுவான்,
வருண தேவனின் வரத்தைத் தேடி,
வான்முகில் நோக்கியே வாதம் கொள்வான்,
இயற்கை அன்னையின் வஞ்சனை கண்டு,
செயற்கை விடத்தை உண்டு கழிப்பான்.

இர.கந்தவேல் பிரபாகரன்

விவசாயத்தின் வேதனை

விதைத்த அனைத்தும் முளைப்பது இல்லை
முளைத்த அனைத்தும் துளிர்விடுவது இல்லை
துளிர்விட்ட அனைத்தும் செடியாவது இல்லை
செடியான அனைத்தும் வளர்ந்து விடுவது இல்லை
வளர்ந்த அனைத்தும் பூ விடுவது இல்லை
பூ விட்ட அனைத்தும் காய் ஆவது இல்லை
காய் ஆன அனைத்தும் காசு ஆவதில்லை
காசான அனைத்தும் எனக்கு உபயோகம் ஆவதில்லை
உபயோகம் ஆன அனைத்தும்
என் வாழ்க்கை தரத்தை உயர்த்துவது இல்லை
உயர்வு இல்லை என்றாலும் சிந்தும்
வியர்வைக்காக விவசாயம் செய்கிறேன்
மண்ணை நேசித்து விட்டோம் என்ற
ஒரே ஒரு காரணத்திற்காக
மண் என்றாலும் பெண் என்றாலும் உண்மையாக
நேசித்தால் ஒதுங்கி செல்ல முடியாது
அதற்காக வியர்வை என்ன
உயிரை கூட பரிசாக்கலாம்

கோகுல் விவசாயி

என்றும் நீ

தேசத்தின் உயிராய்
உயிர்களை காப்பாற்றும் விதமாய்
எல்லாத்தவரும் பசியாற
தன் பசி போக்கி
வர்க்கப் போராட்டத்தின் விளைவாய்
இன்னுயிரை கொடுத்து
பொன்னுலகை காக்கும்
விவசாயிகள் தான்
என்றும் நம் நாட்டின்
முதுகெலும்பு...

க.அறிவழகன்

தன்னலமற்றவன்

உழவனாய் ஊரெங்கிலும் உலகமாய் வீடெங்கிலும்
உழைத்து அலுத்தும் அலைந்து உழைத்தும்
உரமாய் பயிர்களுக்கும் வரமாய் பலனளிப்பாய்
உழவுக்கே உன்னதமாய்த் தலைவனாய் பிரதிபலிப்பாய்
உனக்கெனத் துணையாய் நிலமிருக்க
உழவேத் தொழிலாய் நீ இருப்பாய்
உனது இரு கைகளும் ஓயாமல் உழைத்திருக்க
உனது கண்ணீர்த் துளிகளை ஓரமாய் நீ துடைத்தாய்
உன்னோடு கைக்கோர்க உழைப்புக்கு ஊதியமாய்
உனக்கோ மிஞ்சியது கூழ்குடிக்க காகிதமாய்
உணவுக்கு வழியில்லை உழவுக்கு வயலில்லை
உடைந்த உன் மனதுக்கு
காரணம் தான் வளரும் மாடிகளோ?
உயிர்களுக்குப் படியளக்கக் கடவுளாய் நீ இருக்க
உயர்ந்த உள்ளாமாய் உரக்கச் சொல்வாய்
உழவனென்று!

இனியா ரவிக்குமார்

விவசாயி

படைப்பவன் இறைவன்,
பயிரிடுவான் உழவன்;
விவசாயத்தின் வேர் அவனே,
வியர்வையின் உதாரணமும் அவனே!

விதை இல்லாமல் அறுவடையா?
உழவன் இல்லாமல் விவசாயமா?
உழவனை போற்றதா இலக்கியங்களா?
விவசாயத்தை வணங்காத வரிகளா?

மண்ணில் விதைத்து, நெல்லை வளர்த்து,
நம் உயிரை காப்பான் அவன்;
நாமோ அவனை மதிக்காமல் அவன்
வளர்த்த மரங்களை அழிக்கிறோம்;

வருமானம் இல்லையென்றாலும் சோறுகொடுப்பான்,
ஏழை மானிடன் - உயிர் உள்ளவரை
சேற்றில் வாழ்வான் அவனே உழவன்!

Vasundra D.H

உயிர் தொழில்

இத்தொழிலின் அருமை தெரியாது
இதை செய்பவனின் நிலைமையும் தெரியாது
நம்மில் பலருக்கு!

விவசாயம் என்பது பெருமை
ஆனால் விவசாயி ஆக இருக்கத்தான்
இங்கு யாவரும் இல்லை!

உழவுத்தொழிலை உயிராக கொண்டவர்கள்
ஏராளமானவர்கள் உண்டு...
அதில் சிலர் உயிரை கூட மாய்த்துக் கொண்டார்கள்...

அவர்கள் உரமாக இந்நிலத்தில் இருந்து மென்மேலும்
உழவுத்தொழில் வளர உயிராக இருப்பார்கள்!

உழவுத்தொழில் அழிய நேர்ந்தால், மானிடமும் அன்றே
அழிய நேரிடும்!
"அழியா உழவுத்தொழில்"
"அழியாது உழவுத்தொழில்"

Sowparnika.M

வெளுக்கா சாயம் விவசாயம்

வழியில் ஒருவனை
விதியால் கண்டேன்!
நிதானம் ஏதுமில்லா
நிற்கதியாய் கிடந்தான்!
நிதானமாய் நின்று
விசாரணை தொடங்கினேன்!
விசாரணையின் முடிவில்
விவசாயி என்றான்!
கண்டதெல்லாம் ஏமாற்றம்
கைபிடிக்க நாதியில்லை,
வரப்பலாம் வழிந்து தான் ஓடியது
இவன் புலம்பல்!
பொட்டல் காடாய் கிடக்கும் இவன் வாழ்க்கை
விடியும் காலம் தான் எப்போது?

தாரா

உழவன் நான்

உலகமக்கள் அகப்பை நிரப்பி தன்மக்கள் பசியாற்ற
பொழுதெலாம் உழைத்தும் ஏமாந்தும் கதியற்று நிற்கும்
மேலும் ஒரு உழவன் நான்...

சேரேறிய கரங்கள் இரண்டும் கண்ணீரால் கை கழுவ
எம் துயரில் ஒரு துளியை திரையில் காட்டி
வசூலில் மெச்சினபல படங்கள்...

கைமாற்றி விட்டவன் கைநிறைய பணம் புரள
வட்டிக்காரன் வாசல் வரும் நேரம் எண்ணி
நெஞ்செல்லாம் பதைபதைத்து நான் காத்திருக்க...

என் நிலைகருதி ஒரு விடியலை நோக்கி
தினந்தினம் எட்டிப்பார்த்தன என் நெற்கதிர்கள்
உண்மைநிலை உணர்ந்த பின்னே
ஒட்டுமொத்தமாய் படுத்தேவிட்டன...

அதில் கைவந்துசேராத இழப்பீட்டுத் தொகைக்காக
கைகட்டிக் காத்திருக்கும் உழவன் நான்...

Sanjay S

20'ஸ் வாலிபன்

ஒவ்வொரு நீண்ட பயணத்திலும்-
கிராமமொன்று கடக்க நேரிடும்
பச்சை வயல்களைக் கண்டு-மனம்
புகைப்படமொன்று எடுக்க துடித்திடும்...
பயிரா களையா அறியாத அறிவிது
எல்லாம் நெல்லென ரசித்திடும் மனதிது
ரசிக்க தெரிந்த மனதிற்கு - நினைக்க
தெரியவில்லையே
தானாய் விளைந்திடுமா பயிரும் பணமும்...
ஒவ்வொரு இலையும் சொல்லுதடி
தன்பெயரில் தன்னனுமதி இல்லாமல்
பெற்ற பயிர் கடனை
ஒவ்வொரு நிலமும் அழுகுமடா - தன்
விருப்பமில்லாமல் குத்தகைக்கு போன கதையை...
காற்றிடமும் மழையிடமும் அவர்கள் கெஞ்சுகிறார்கள்
உங்கள் தாராள குணத்தை எங்களிடம்
காட்டாதீர்களென்று
ஆனால் இரக்கமில்லாதவர்கள் தான்
காற்றும் மழையும் நம் மனங்களும்...

Varun Rithikk D

விவசாயி

வாழ்வதற்கு
உழவை தேர்வு செய்தான்
விளைவிக்க
வித்தை தேர்வு செய்தான்
களை அகற்ற
நேரம் தேர்வு செய்தான்
அறுவடைக்கு
காலம் தேர்வு செய்தான்
விளைந்ததற்கு விலை எங்கே?
கேள்வியைப் படரவிட்டான்
பதில் அறிந்த போது
பரசுராமனாய் அவதரித்தான்
நிலத்தை கீறிய ஏர்முனை
வாழ்வை சிதைத்தவர்களை நோக்கி
சீற்றமாக...

அன்னை பாலு

வேளாண் வேந்தர்கள்

இறைவன் இரவலாக அளித்த உயிரை
வாழவைக்க மண்ணில் இரவல் வாங்கி
நிதமும் அல்லும் பகலும்
சேற்று வயலில் அயராது உழைத்து
வியர்வை மற்றும் உதிரத்தை உரமாக இட்டுப்
பயிர் செய்து தங்கள் நாட்டு மக்களைக்
காத்துக் கொண்டிருக்கும் வையத்து இறைவன்கள்
உயிரையே பொருட்படுத்தாமல்,
தாய் மண்ணிற்கு உயிரூட்டும் உழவர்கள்
தாங்கள் பட்டினியாய் இருந்து
நாட்டு மக்களின் பசியாற்றும்
கருவறையற்ற அன்னைகள்...
நம்மைக் காக்கும் அவர்களைக் காக்க
நாம் தவறுவது ஏனோ?
மனிதத்துடன் செயல்பட்டு வேளாண்மை காப்போம்
இனியொரு உழவனும் தன் இன்னுயிரை
நீத்துவிடாமல் காப்போம்...
இரவலாளி என்னும்
அவச்சொல்லிற்கு ஆளாகாமல் தடுத்து...

புவனேஷ் தமிழ்ப்பித்தன்

ஏர் உழவன் மகத்துவம்

நாம் உண்ணும் ஒவ்வொரு பருக்கையிலும்
உழவன் உழைப்பின் வெளிப்பாடு!
நாம் வீணாக்கும் ஒவ்வொரு பருக்கையிலும்
உழவன் குருதியானதை,
வீண்செய்வதின் வெளிப்பாடு!
உழவனின் உழைப்பை மனதில் வைத்து, உணவுகளை
வீணாக்குவதை தவிர்ப்போம்!
உழவனின் உழைப்பை போற்றுவோம்!

Poornapriya

உழவும் உழவனும்

பருவம் கண்டு விளைந்த பயிரும்
பல பட்சிகளுக்கு இரையாகுது.
காலம் மாறி பெய்யும் கனமழையால்
பயிர்கள் எல்லாம் நாசமடையுது.
நீரின்றி சிலநேரம் விதைகள் யாவும்
விளையும் முன்னே கருகுது.
ஏர் பிடித்த கைகளுக்கு
ஏற்றம் என்பது இல்லை.
கழனியில் வேலை செய்யும்
கால்களுக்கு கடனால் தொல்லை.
உழவனின் ரத்தம் பார்க்கும் பூமி
ஓர்நாள் உணவிற்காக யுத்தம் செய்யும்;
அந்நாளில் உழவர்களின் நிலை ஓங்கும்...

உயிர்த்தெழு நதியா

உழவனுக்கு கிடைத்த கூலி

நாட்டுக்கு உணவளிப்பவன்
பெயரோ தொழிலாளி!
நஷ்டம் மட்டுமே காண்பவன்
பெயரோ விவசாயி!
விதை விதைப்பவன்
பெயரோ உழவன்!
பருவக்காலமும் சூதுதாடும்
பயிரெடுபவன்! மக்கள் பசி தீர்பவன் என்று பாராமல்!
இறக்கும் வரை
உழவன் இயன்றது!
விவசாயி என்ற
பெயர் ஒன்றே!

வி.மகாலட்சுமி

ஏனோ..?

கண்ணுறங்கும் நேரத்திலும் அயராமல்
விடியற்காலையில் சேவல் கொக்கரிக்கும்
முன்பே எழுந்து
மனிதன் என்ற பெயரில்
என் பஞ்சம்பசும் நிலத்தை
உழுது ஏழ்ந்து
அறுவடை செய்து
என் உழைப்பை இடுகிறேன்
இருந்தாலும், ஏனோ நான் விளைவிக்கும் பயிரை...
நான் நிர்ணயிக்கும் விலைக்கை
என்னால் விற்க முடியவில்லை?
அது ஏனோ?
நானும் வியர்வை சிந்தி உழைக்கும் விவசாயி தானே
உழைப்பாளன் தானே...
பின் ஏனோ?

K. Kameshwaran

www.ingramcontent.com/pod-product-compliance
Lightning Source LLC
LaVergne TN
LVHW060258051026
849517LV00003B/860